காவிய குழலி

கா.பாலன்

aelay
publish

காவிய குழலி
கவிதை
ஆசிரியர் : கா.பாலன் ©
முதல் பதிப்பு : நவம்பர் 2023
ஏலே பதிப்பகம்
5/175, பாத்திமா நகர், கூத்தென்குழி,
திருநெல்வேலி - 627104
தொடர்புக்கு : +91 9944992571

First Edition : 2023

ISBN : 978-81-19332-61-8
Aelay Publish
Contact : +91 9944992571
Designed by : Aelay publish team

அழகிய திருடி

ஆயிரம் பச்சைக் கிளியின் அழகினை உரித்து உன் ஆடையில் கோர்த்து சிறகில்லாமல் உன் வாகனத்தில் கிளியாய் பறந்தாயடி என் தேவதையே

கொலுசின் ஓசை

அவளின் கண்களைக் கண்டதும் என்னை
மறக்க செய்தது, அவளின் தாவணியை
தரையில் படாமல் மேலே இடுப்பில் சொருக
மாட்டிக்கொண்டேன் – நானும் அவளின் கால்
கொலுசின் ஓசை – என் ஒற்றை காதினை
பிடித்து அவளிடம் என்னை இழுத்துச்
செல்கிறது.

சுவாசக் காற்று

ஆயிரம் பேரின் மூச்சுக்காற்றை நான் கடந்து வந்தாலும் உன் சுவாசக் காற்றை சுவைக்கும் அந்த நொடி நான் இருந்தும் இறக்கிறேனடி என் சுவாசக் காற்றே

காதலின் காமம்

காதலில் காமம் இல்லை என்றால் அது காதலே இல்லை

காமம் இல்லாத காதல் முத்து இல்லா சிப்பி போன்று எந்தவிதமான பயனும் இல்லை அன்பு பரிமாற்றம் இல்லை கண்ணும் பேசும்போதே புரிந்து கொள்ளும்படி காதலின் காமத்தை உண்மையான காதல் சற்று வெட்கப்பட்டு உன் தலைகுனிவில் என் அரும்பு மீசை முட்கள் உன் கன்னத்தை மென்மையாக தீண்டி செல்லுமடி இதுதானே காதல்

கனவிலிருந்து கனவு

நான் கண்ட கனவுகள் அனைத்தும்
காகிதத்தில் காவியங்களாக மாற்றி
காகிதங்கள் தொகுப்புகளாக மாற்றி
தொகுப்புகள் புத்தகமாக மாற்றி அதை படித்து
மீண்டும் கனவில் கற்பனையாக தினம்
உன்னை காண்கிறேன்.

அறிவின் தேடல்

புத்தகத்தை புரட்டிப் பார்த்த பிறகு தான் உண்மையான புதைகளின் அறிவின் புதைக்குழி புத்தகம் என்று.

படைப்பு

புத்தக ஆழியில் என் புத்தகமும் மீன்களாய்
துள்ளி விளையாடுகிறது

விழித்திரை

கண்களைக் கவர்ந்து என்னை மறந்து உன் விழியில் விழுந்து உன் சிறு கண்ணசையில் மறந்து மீண்டும் உன் விழியிலேயே நான் தோன்றி வருகிறேன்

நடந்து பாதை

உன்னுடன் பேசிக்கொண்டே நான் நடந்த
பாதைகள் கேட்குதடி உன் சிரிப்பை
நான் எங்கே உன்னை தேட
என்று நீயே சொல்லடி என் இதயத்தின்
இசையே

மன்னன் ஆனான் எமன்

அன்று

நாட்டை ஆண்டு காட்டை கடந்து தம்
மக்களின் பசி பிணியில் இருந்து மீட்டு வர
காட்டுக்குள் சென்று வேட்டையாடி கொண்டு
வந்து தம் மக்களுக்கு பகிர்ந்துண்டு எம்
மன்னன் ஆம் எம் மன்னன்

இன்று

நாட்டை அழித்து காட்டை அழித்து நன்றாக
இருக்கும் மக்களிடமிருந்து வரிகளை
வருவாயை அடித்துப் பிடித்து
பசிப்பிணியில் இறக்க செய்து கணக்கெடுக்கும்
எமன்

வரலாற்று புத்தகம்

பல இரவுகளை உழுது என் கண்ணீர்

துளிகளில் நீர் பாய்ச்சி உன் நினைவுகளை

உரமிட்டு என் வரிகளை விதை இட்டு நான்

பெற்றதுதான் உன் நினைவில் என் வரிகள்

இது என் காவியம்

வெறும் கை

உன் கரம் பிடிக்க காலமெல்லாம் காத்துக்
கொண்டுதான்
கிடக்கிறேன் உன் நினைவுகளோடு மட்டும்

அடிமேல் அடிவைத்து

சிறிதும் கவலை இன்றி சிறகடித்து பறக்குதடி
என் மனம்
உன் கண் விழியில் விழுந்து எழுந்திருச்சு
பார்த்தால்என் விழி காணாமல் போகுதடி
மீண்டும் விழ எதிர்பார்த்து என் கால்கள் உன்
இடத்தை தேடி உன் மணிக்குளியில் விழ அடி
மேலே அடி வைத்து செல்கிறது

மயக்கும் மனம்

நீ தலை குனிந்து உன் சேலையை மடிக்கும்
போதெல்லாம் என் மனதையும் சேர்த்து
மடிக்கிறாய் ஏன்

கானல்

கண்டாங்கி சேலையை காணும் போதெல்லாம்
கண்கலங்கி தேடுகிறேன் என் தேவதையை

என் கவிதை

நாற்பது

வரிகளில் வர்ணிப்பது பாடல் நான்கே வரிகளில்

வர்ணிப்பது கவிதை ஆம் இது கவிதை

நம்பிக்கையின் நாயகன்

பறவையாய் பறந்திட இறகா நீ கவலை மாற்றிட
மருந்தா நீ
கரையைக் கடந்திட காற்றா நீ காலமெல்லாம்
பார்த்திட காதலியா நீ இல்லை என்
நம்பிக்கையின் நாயகன்
என் நண்பன்டா நீ

வீட்டுச் சிறை

பறவைகளுக்கு எதற்கு சிறைச்சாலை

விட்டுப் பார் நிலவிலேயே கூடு கட்டும்

அதேபோல் பெண்களுக்கு எதற்கடா வீட்டுச்

சிறைச்சாலை விட்டுப் பார் மலையையும்

மண்ணாக்கி செல்லும்

விரைவில்

உலகம் அமைதி சூழ நம் நினைவுகள்
என்னை சூழ காகிதம் கவிதை கதைக்க என்
எழுதுகோல் எழுத நானோ அழுக கலைத்த
கதையெல்லாம் காவியமாக்க
காத்திருக்கிறேன் என்னவளே உனக்காக
விரைவில்

ஆசை

தாமரைப் போன்ற உன் முகத்தில் மகரந்த துகள்கள் போல் ஒட்டிக் கொள்ள ஆசை

பொய்யில் நான் கண்ட மெய்

உன் நகத்தைக் கூட பார்க்க என் விழிகளுக்கு
இடமில்லை நான் எப்படி உன் விழியை
பார்ப்பேன்
உன் முக படுதாவினை அவிழ்க்கும்
போதெல்லாம் நான் மழலை ஆகிறேன்
இது மெயில்லை நான் மழலை ஆகிறேன் இது
பொய்யில்லை

நேரம்

கடிகாரம் முள் சுற்றுவது போல் உன் முகம்

என்னை சுற்றிக் கொண்டே

இருக்கிறதுநேரம் மாறிக்கொண்டே

இருக்கிறதுஆனால் நானே உன்

நினைவுகளை நிரந்தரமாக பார்த்துக்

கொண்டு இருக்கிறேன்.

தீபம்

கார்த்திகை தீப ஒளியினை உன் கையில் எடுத்து விளக்கிற்கு விருந்தளித்து வீடு முழுவதும் மின்மினியாய் சூழ உன் முகம் பொன்னிறமாய் மாற அதனை கண்ட என் கண்கள் காணாமல் போகிறது.

கருப்பின் காதல்

கருப்பின் காதலியா நீ உன் கரம் பிடிக்க கார்
மேகங்களை தன் கையில் எடுத்து
வருகிறேன் உன் கரிகாலன்

யார் அவள்

என் விழியில் விழுந்து சென்ற உன்னை யார்
அவள் என் கண்கள் வியந்து கேட்கிறது
அதற்கு என் மனம் சொல்கிறது உன் காதலி
என்று பின் கால்கள் கேட்கிறது நான் பின்
தொடரவா என்று என் விரல்கள் உன்
விரல்களை தட்டி அனைத்து நம் கால்கள்
சேர்ந்து நடை போட திடீர் விழிப்பில் யாரவள்
இன்று என் மனம் என்னையே கேட்கிறது

இருப்பிடம்

கண்ணை எல்லாம் கவர கவிதையாய் நான்
உருக உன் சுண்ட சுண்டையான சேசவின்
என் மனதை சுருட்ட மொத்தமாக என்
இதயத்தின் இருக்கையை உனக்கு
இருப்பிடமாய் இருக்க ஏங்குகிறேன்

தேவை

கவிதைக்கு பேனா தேவை இல்லை
காவியத்துக்கு காகிதம் தேவையில்லை
பெண்ணே உன் சிறு பார்வை போதுமடி
ஓராயிரம் கவிதை பாடுவேன்

தீபாவளி

தீபாவளி அன்று தீப்பொறி வந்து என்
கண்ணில் பட்டது போல் பல்லீர் வெளிச்சத்தில்
உன் அழகை கண்ட என் கண்கள் சிறிது
ஓய்வு கேட்டு கேட்குதடி மீண்டும் உன்னை
தடையில்லாமல்
பார்க்க

அழகிய ஆடை

உன் ஆடையில் மேலே இருக்கும்
பொத்தான்களுக்கு கீழே இருக்கிற
பொத்தான்களின் மீது
பொறாமையாம் ஏன் என்றால் எனக்கு கீழே
இருக்கும் நீ இருக்க அவளை அனைத்து
வருகிறாய் உனக்கு மேலே இருக்கும் நான்
பிரிந்து தவித்து வருகிறேன்

குளமும் நானும்

குளத்தில் ஒருவர் மீன்களுக்கு
உணவளித்துக் கொண்டிருந்தார்
மற்றொருவர் ஏதோ ஒரு சிந்தனையில் சிறு
சிறு கற்களைக் கொண்டு
வீசிக்கொண்டிருந்தார். நான் கவனித்தபோது
உணவு அளித்த அவரின் பக்கம் நீங்கள்
குவிந்து மகிழ்ச்சியில் இருந்தது
அவளும் அதனைக் கண்டு அந்தக்
குளத்திடம் தாமரை பூ ஒன்று புன்னகையில்
அவளின் முகமும் சிவந்தது கவலையில்
கற்களை வீசிக்கொண்டு இருந்தவர் பக்கம்
அவளின் குழப்பங்களும் அந்த கற்களை
போட்ட அதே அலை போல பெரியதாக
இறுதியில் கவலையில் அலையில்
மாட்டிக்கொண்டார் .

வரபிரசாதம்

எங்கள் வகுப்பறைக்கு கிடைத்த
வரப்பிரசாதமே வாருங்கள்
காலை உங்களது பொன் சிரிப்பில் விடிகிறது
எங்கள் காலை தொடக்கம் அது மாலை
வரைக்கும் சிறிதும் செதுக்கி சிலையாக்கிய
சிற்பியே

கடல் தாண்டி

என் காவியத்தின் காதலியே செவிகள் இல்லா
காற்று நாம் நினைவுகளை கடலைத் தாண்டி
பல செவிகளின் ஓரமாய் தீண்டி செல்கிறது

முகம் காட்டும் முகம்

நான் உனக்கு கொடுக்க வந்த மருந்தினை உண்ணாமலயே உன் சிரிப்பில் உன் நஞ்சியினை தெரிவித்து நீ நலத்துடன் இருப்பதை உன் முகத்தில் கண்டு உன் சிறு சிரிப்பை என் முகத்தினால் உன் சிரிப்பை காண்பித்து நான் இரும்புகிறேன்.

தேடல்

கவி கவியாய்பாட காவியமாய் நீ கரைந்து ஓட
கரை கரையாய் நான் தேட
கானல் நீராய் நீ காணாமல் ஓட கட்டுமரமாய்
நான் நீரில் மிதக்க பருத்தி பஞ்சாய் நீ காற்றில்
பறக்க நீ எப்போது என்னுடன் வந்து சேருவாய்

கடல் தாண்டி

என் காவியத்தின் காதலியே செவிகள் இல்லா
காற்று நாம் நினைவுகளை கடனைத் தாண்டி
பல செவிகளின் ஓரமாய் தீண்டி செல்கிறது

மதிப்பு

நான் எழுதிய புத்தகத்தின் மதிப்பினை
என்னவளின் முகத்தில் காண்கிறேன்

கற்பனையில் காகிதம்

தினம் உன்னை காற்றில் காண்கிறேன் உன்
சுவாசக் காற்றை தினம் நான் சுவாசிக்கிறேன்
வெறும் வெறும் கற்பனையில் கண்ட
உன்னை என் காகிதத்தில் காண்பிக்கிறேன்
நம் நினைவுகளை

முதல் பார்வை

ஆயிரம் முறை பார்த்தாலும் அறையில் ஒரு
முறை பார்க்கும் பார்வையில் வியர்வை
துளியில் நனைகிறேன்
உன் சேலையை கொண்டு நாம் இருவரும்
துவட்டிக் கொள்வோம் சலிக்காமல்
உன் இதழுக்கு என் இதழை
விருந்தளிக்கிறேன் நீ உண்டு மகிழ ஆனால்
கீறல் இன்றி

உன் இடமில்லா இடுப்பில் இருப்பிடமாய்
மாற்றிக்கொடு என் தலை சாய்க்க உன்னிடம்
இருக்கும் சூட்டை என் மீது கடத்தி
அக்கினியாய் எரிவோம் வா

தொலைவு

நீல வானில் நீள தூரம் பயணிக்க

நிறமில்லா காற்றாக நீ வா

பாதை

கடலும் கரையும் காவியமும் தெரியும் உடலும் உயிரும் உன்னைத்தேடி பயணம்

தூது

நீ எங்கே இருக்கிறாய் என ஒரு தூது அனுப்பு

துடித்து வருகிறேன் உன் துணைவனாக

தலைப்பு

காதல் என்ற தலைப்பை நான் அதை சரிவர
படித்து புரிந்து தேர்வு எழுதுவதற்குள்
தேவதையாய் தோன்று சிறகில்லா பறவையாய்
ஏன் பறந்தாய்

செவியின் தேடல்

உன் ஓசையை கேட்ட என் செவிகள் இப்போ
உன்னை கேக்குதடி உன்னை கண்ட என்
கண்கள் மீண்டும் உன்னை காண
விழித்திருக்குதடி
என் மகிழ்ச்சியை என் சிரிப்பை என்
துக்கத்தை என் இன்பத்தை என் உடல்
மறக்கிறதே தினம் உன்னை நினைக்கிறேன்
என்னை மறந்து உன்னை நினைக்கும் என்
மனம் என்றும் மறந்ததில்லை என்
மலர்விழியே

பறக்க ஆசை

பறந்து விரிந்த பசுமை நிற ஒரு குளத்தில்
இளஞ்சிவப்பு நிறத்தில் பூத்து காணப்படும்
தாமரைப் போன்ற உன் முகத்தில்
பல பச்சை கடந்து காய்ச்சல் பறந்து உன்னிடம்
ஒட்டிக்கொள்ள பேராசை

வாசம்

நான் உன்னை தொலைத்த அதே நாளில்
மீண்டும் காண்கிறேன் உன்னை என் புத்தக
வடிவில் அதை காணும் ஒவ்வொரு நொடியும்
உன் முகம் என் முகத்தினை முகர்ந்து
செல்கிறது

மீண்டும் மீண்டும்

மீண்டும் மீண்டும் என் எழுதுகோலுக்கும் என் காகிதத்துக்கும் என் மூளைக்கும் வேலை வைக்கிறாய்

அனல் பாதை

நீண்ட நாள் என்னுடன் பயணித்த நீ ஏன்
பாதியில் பதறவிட்டாய் பார்க்கும்
திசையெல்லாம் பசுமையாக இருந்தாலும் அது
பாலைவனமே பவளமே பாதியில் பதறவிட்ட
உன்னை மீண்டும் எப்போ காண்பேன்

அத்துமீறல்

கடலையும் தாண்டி செல்வேன் காட்டையும் தாண்டி செல்வேன் மழையையும் தாண்டி செல்வேன் மேகத்தையும் தாண்டி செல்வேன் ஆனாலும் உன் நினைவுகளையும் கூடவே கூட்டி செல்வேன்

மாயம்

உன் ஆடை சிறிது விலகும் போதெல்லாம்
அசைவின்றி பார்க்கிறேன்
உன் அழியா அழகை நீ மறைக்கும்
போதெல்லாம் மாயமாய் மறைந்து போகிறேன்
கற்பனையில் மட்டும்

நன்றிகள்

ஏலே பதிப்பகம் மற்றும் நண்பர்கள்

பூமி மருந்தகம் மற்றும் நண்பர்கள்

ப.கங்காதரன்

இ.லோகேஷ்

நா.பாரதிராஜா

செ.தனுஷ்

ப.அவினாஷ்

ஏஞ்சல்

உ.கிர்திக்கா

ஆர்.காயத்ரி

ச.லாவன்யா

ஹரினி

www.ingramcontent.com/pod-product-compliance
Lightning Source LLC
LaVergne TN
LVHW010833051026
849532LV00007B/2688